日記主人

____

&

____

被愛給你力量，
愛人給你勇氣。

OUR Q&A a day

我們的每日一問：兩人3年日記

每天簡短回答一個問題，一起打造三年的時空膠囊。

爲了清楚起見，請一個人在紅線部分作答，另一個人寫在黑線區。

有的提問，請你們反思自己的生活。

有的提問，鼓勵你們寫下對方的事。

有的提問，讓你們速寫彼此。

幾年後，你們將靠在一起，回顧有對方的歲月裡，

生活發生什麼樣的變化！

smile 192
【Our Q&A a Day】我們的每日一問：兩人3年日記
作者：波特風格（Potter Style）
譯者：許恬寧　責任編輯：潘乃慧　校對：聞若婷
封面、內頁設計：Danielle Deschenes　美術編輯：許慈力
出版者：大塊文化出版股份有限公司　台北市105022南京東路四段25號11樓
www.locuspublishing.com　讀者服務專線：0800-006689
TEL：02-87123898　FAX：02-87123897
郵撥帳號：18955675　戶名：大塊文化出版股份有限公司
法律顧問：董安丹律師、顧慕堯律師　

總經銷：大和書報圖書股份有限公司　地址：新北市24890新莊區五工五路2號
TEL：02-89902588　FAX：02-22901658
初版一刷：2023年2月　定價：新台幣480元　Printed in Taiwan

國家圖書館出版品預行編目(CIP)資料
【Our Q&A a Day】我們的每日一問 : 兩人3年日記/波特風格(Potter Style)著 ; 許恬寧譯.
-- 初版. -- 臺北市 : 大塊文化出版股份有限公司, 2023.02　368面 ； 14x17.8公分. -- (smile ; 192)
譯自 : Our Q&A a day : 3-year journal for 2 people.
ISBN 978-626-7206-60-7(精裝)
1.CST: 戀愛 2.CST: 兩性關係　544.37 111020398

JANUARY

1

愛是________。

20____．____

20____．____

20____．____

2

JANUARY

制定新年新計畫。

20____ • ____________________

20____ • ____________________

20____ • ____________________

JANUARY

3

目前有什麼再重要不過的事？

20____ • ______________________________

20____ • ______________________________

20____ • ______________________________

4

JANUARY

誰是你看齊的對象？

20____ •

20____ •

20____ •

JANUARY

5

上一次對方讓你大笑是什麼時候？

20____ • ____________________

20____ • ____________________

20____ • ____________________

6

JANUARY

今天嚇了一跳，因為________。

20____ • ________________________________

20____ • ________________________________

20____ • ________________________________

JANUARY

7

你的死穴是什麼？

20____ • ____________________

20____ • ____________________

20____ • ____________________

8

JANUARY

什麼事你可以隨時放手不管？

20____ • ______

20____ • ______

20____ • ______

JANUARY

9

「如果要用一個詞彙形容你，那會是＿＿＿＿＿。」

20＿＿ • ＿＿＿＿＿＿＿＿＿＿＿＿＿＿＿＿

20＿＿ • ＿＿＿＿＿＿＿＿＿＿＿＿＿＿＿＿

20＿＿ • ＿＿＿＿＿＿＿＿＿＿＿＿＿＿＿＿

10

JANUARY

今天有什麼值得慶祝的事？

20____ •

20____ •

20____ •

11

描述你們上次一起享用的一餐。

20____ • ____________________

20____ • ____________________

20____ • ____________________

12

JANUARY

「如果你＿＿＿＿＿，
我會訝異到說不出話來。」

20___ · ______________________________

20___ · ______________________________

20___ · ______________________________

JANUARY

13

你們想和哪對著名情侶來場四人約會？

20____ • ____________________

20____ • ____________________

20____ • ____________________

14

JANUARY

寫下你今年已經做出的正面改變。

20____・

20____・

20____・

JANUARY

15

什麼事會惹惱你？

20___ • ______________________________

20___ • ______________________________

20___ • ______________________________

16

JANUARY

寫下對方最近對你說過最溫柔的話。

20____ · ____________________

20____ · ____________________

20____ · ____________________

JANUARY

17

你的三大願望是什麼？

20____．

20____．

20____．

18

JANUARY

「我喜歡你穿__________。」

20____ • ______________________________

20____ • ______________________________

20____ • ______________________________

JANUARY

19

你的工作日早晨儀式是什麼？

20____ •

20____ •

20____ •

20

JANUARY

你們兩個之中，誰今天感到比較樂觀？

20____ · ____________________

____

____

____

____

____

20____ · ____________________

____

____

____

____

____

20____ · ____________________

____

____

____

____

____

JANUARY

21

你還記得上次夢見對方是什麼情況？

20____ • ____

20____ • ____

20____ • ____

22

JANUARY

想來點咖啡、果汁、茶或________？

20____ · ____

20____ · ____

20____ · ____

你希望一百年之後，
世人將如何懷念你？

20____．______________________________

20____．______________________________

20____．______________________________

24

JANUARY

如果你們一起創業，會是什麼公司？

20____ • ______________________________

20____ • ______________________________

20____ • ______________________________

JANUARY 25

如果你幫對方列一份歌單，
標題會是什麼？

20____ • ______________________________

20____ • ______________________________

20____ • ______________________________

26 JANUARY

目前誰的工作比較穩定：
你還是對方？

20___ • ____________________

20___ • ____________________

20___ • ____________________

JANUARY

27

你近日得到最棒的讚美是什麼？

20____・

20____・

20____・

28

JANUARY

你希望邀請哪位名人共度週末？

（你的伙伴也會很開心嗎？）

20____ • ______________________________

20____ • ______________________________

20____ • ______________________________

JANUARY

29

「跟你在一起，感覺就像________。」

20____ • ____

____

____

____

____

____

20____ • ____

____

____

____

____

____

20____ • ____

____

____

____

____

____

30

JANUARY

你希望掌握什麼樣的技能？

20____ • ____________________

20____ • ____________________

20____ • ____________________

JANUARY

31

如果你能賦予對方超能力，會是什麼？

20____ • ____________________

20____ • ____________________

20____ • ____________________

1

FEBRUARY

家是有________的地方。

20____・____

20____・____

20____・____

FEBRUARY

2

你的伙伴是哪方面的專家？

20____ · ____

20____ · ____

20____ · ____

3

FEBRUARY

你想幫哪個單身朋友安排相親？

20____ • ______________________________

20____ • ______________________________

20____ • ______________________________

FEBRUARY

4

你一直在聽什麼，停不下來？

20____．

20____．

20____．

5

FEBRUARY

有沒有哪些家事是你喜歡做的？

20____ · ______________________________

20____ · ______________________________

20____ · ______________________________

FEBRUARY

6

你在何時何地能得出最好的點子？

20____ • ______________________________

20____ • ______________________________

20____ • ______________________________

7

FEBRUARY

你是否朝著你的人生目標邁進？或者還在尋找？

20____ ·

20____ ·

20____ ·

FEBRUARY

8

這一刻正發生什麼事？

20____．

20____．

20____．

9 FEBRUARY

「如果你決定__________，我不意外。」

20____ • ____________________

20____ • ____________________

20____ • ____________________

FEBRUARY

10

對方這一秒正在想什麼？（可以直接問！）

20____ • ____________________

20____ • ____________________

20____ • ____________________

11

FEBRUARY

今天要是發生哪件事，會宛如出現了奇蹟？

20____ • ______________________________

20____ • ______________________________

20____ • ______________________________

FEBRUARY

12

新的一年已經過去四十二天。
有任何遺憾嗎？

20____・

20____・

20____・

13

FEBRUARY

寫下三個字詞，形容對方目前的心情。

20____ • ______________________________

20____ • ______________________________

20____ • ______________________________

FEBRUARY

14

什麼事會提醒你，你愛著對方？

20____ • ____________________

20____ • ____________________

20____ • ____________________

15

FEBRUARY

對方最可愛的習慣是什麼？

20____ • ______________________________

20____ • ______________________________

20____ • ______________________________

你昨晚睡了多久？

20____ • ____________________

20____ • ____________________

20____ • ____________________

17

FEBRUARY

另一人最需要的是什麼？

20____ • ____________________

20____ • ____________________

20____ • ____________________

FEBRUARY 18

你最喜歡的新發現是什麼？

20____ • ____________________

20____ • ____________________

20____ • ____________________

19

FEBRUARY

此刻你想擁有更多時間或金錢？

20____ ·

20____ ·

20____ ·

FEBRUARY 20

可以的話，
你願意跟對方交換工作嗎？

20____ • ____________________

20____ • ____________________

20____ • ____________________

21

FEBRUARY

你擅長展開計畫或完成計畫？

（寫下你近日開始做的事，以及完成的事。）

20____・

20____・

20____・

FEBRUARY

22

「我喜歡看你__________，永遠不會膩。」

20____ • ______________________________

20____ • ______________________________

20____ • ______________________________

23

FEBRUARY

你上次臉紅是什麼時候？

20____ • ________________________________

20____ • ________________________________

20____ • ________________________________

FEBRUARY

24

你喜歡哪位名人？

20___ ·

20___ ·

20___ ·

25

FEBRUARY

你今天身上最柔軟的衣物是什麼？

20____ · ______________________________

20____ · ______________________________

20____ · ______________________________

FEBRUARY

26

你想扔掉對方的哪樣東西？

20____．

20____．

20____．

27 FEBRUARY

你需要安慰嗎？怎樣能幫上忙？

20____ • ____________________

20____ • ____________________

20____ • ____________________

FEBRUARY

28

立即進行「互看比賽」！誰先眨眼了？

20____ • ______________________________

20____ • ______________________________

20____ • ______________________________

29

FEBRUARY

你願意冒什麼險？

20____ ·

20____ ·

20____ ·

MARCH

1

今天要是_________，就好了？

20____・____

20____・____

20____・____

2

MARCH

你的伙伴會開心得跳起舞來嗎？
上次看到這景象是什麼時候？

20____ • ____________________

20____ • ____________________

20____ • ____________________

MARCH

3

送一首歌給對方。

20____．

20____．

20____．

4 MARCH

你想詢問對方的母親什麼事？

20____ • ____________________

20____ • ____________________

20____ • ____________________

MARCH

5

你上一次感到嫉妒是什麼情況？

20____ • ______________________________

____

____

____

____

____

20____ • ______________________________

____

____

____

____

____

20____ • ______________________________

____

____

____

____

____

6

MARCH

你效法的榜樣是誰？

20____・____________________

20____・____________________

20____・____________________

MARCH

7

寫下你未來回憶錄的書名。

20____ • ______________________________

20____ • ______________________________

20____ • ______________________________

8

MARCH

所謂伙伴就是兩個人________。

20____．____

____

____

____

____

____

20____．____

____

____

____

____

____

20____．____

____

____

____

____

____

MARCH

9

你未來的履歷會列出什麼？

20____ • ______________________________

____

____

____

____

____

20____ • ______________________________

____

____

____

____

____

20____ • ______________________________

____

____

____

____

____

10

MARCH

你們最近一次合看的浪漫喜劇是哪一部？

20____ •

20____ •

20____ •

MARCH

11

你在世上最渴望的事物是什麼？

20____ •

20____ •

20____ •

12

MARCH

什麼滋養著你？

20____．______________________________

20____．______________________________

20____．______________________________

MARCH

13

如果口袋多出一百美元，
你會拿來做什什麼？

20____ • ______________________________

20____ • ______________________________

20____ • ______________________________

14

MARCH

「要________，交給你就對了。」

20____ • ____

20____ • ____

20____ • ____

MARCH

15

你最近是否有偷偷著迷的新玩意？

20____ • ____________________

20____ • ____________________

20____ • ____________________

16 MARCH

天堂裡每個人都有無限的________。

20____．____

20____．____

20____．____

MARCH

17

哪一種新活動，你們想一起嘗試？

20____ • ____________________

20____ • ____________________

20____ • ____________________

18

MARCH

你是和平主義者，還是鬥士？

20____ • ____________________

20____ • ____________________

20____ • ____________________

MARCH

19

最近外帶過食物嗎？是什麼？

20____ • ______________________________

20____ • ______________________________

20____ • ______________________________

20

MARCH

今天哪一則新聞頭條引起你的注意？

20____．____

20____．____

20____．____

MARCH

21

你們想一起去哪裡旅行？

20____ • ______________________________

20____ • ______________________________

20____ • ______________________________

22

MARCH

「________的時候，我想要保護你。」

20____．________________________________

20____．________________________________

20____．________________________________

MARCH

23

你今天做了什麼白日夢？

20____ • ______

20____ • ______

20____ • ______

24

MARCH

對方最近做的最瘋狂的事是什麼？

20____・

20____・

20____・

MARCH

25

真正重要的其實只有________。

20____．

20____．

20____．

26

MARCH

你是否過分地反覆道歉？
有的話，是為了什麼事？

20____ ·

20____ ·

20____ ·

MARCH

27

如果你們兩個組樂團，
會取什麼名字？

20____ ·

20____ ·

20____ ·

28

MARCH

今天有什什麼事情值得記住？

20____ • ____________________

20____ • ____________________

20____ • ____________________

MARCH

29

你本週的主題曲是什麼？

20____ • ____________________

20____ • ____________________

20____ • ____________________

30

MARCH

猜一猜對方能做幾下伏地挺身。

（歡迎驗證你的假設！）

20____・

20____・

20____・

MARCH

31

你今天在鏡子前照了多久？

（滿意自己的樣子嗎？）

20____ • ____________________

20____ • ____________________

20____ • ____________________

1

APRIL

傻子才會墜入愛河。對或錯？

20____ • ____________________

20____ • ____________________

20____ • ____________________

APRIL

2

最近有跟老朋友聯絡嗎？跟誰？

20____ • ______________________________

20____ • ______________________________

20____ • ______________________________

3

APRIL

今天很有收穫，因為＿＿＿＿＿。

20＿＿・＿＿＿＿＿＿＿＿＿＿＿＿＿＿＿＿＿＿

20＿＿・＿＿＿＿＿＿＿＿＿＿＿＿＿＿＿＿＿＿

20＿＿・＿＿＿＿＿＿＿＿＿＿＿＿＿＿＿＿＿＿

APRIL

4

最新的未接來電是誰打來的？

20____ •

20____ •

20____ •

5

APRIL

什麼事讓你充滿力量？

20____ • ____________________

20____ • ____________________

20____ • ____________________

APRIL

6

今年過得還順利嗎？

20____ • ____

20____ • ____

20____ • ____

7

APRIL

寫下對方寄來的最新一封電郵或簡訊的主旨。

20____ • ______________________________

20____ • ______________________________

20____ • ______________________________

APRIL

8

「要不是因為你，我不會瞭解________。」

20____ • ____

20____ • ____

20____ • ____

9 APRIL

新奇難測的事物好，還是可預測的規律事物好？

20____ · ____________________

20____ · ____________________

20____ · ____________________

APRIL

10

你最愛吃什麼宵夜？

20____ • ____

20____ • ____

20____ • ____

11

APRIL

你今天最有效率的一件事是＿＿＿＿＿＿。

20＿＿・＿＿＿＿＿＿＿＿＿＿＿＿＿＿＿＿＿＿＿＿

20＿＿・＿＿＿＿＿＿＿＿＿＿＿＿＿＿＿＿＿＿＿＿

20＿＿・＿＿＿＿＿＿＿＿＿＿＿＿＿＿＿＿＿＿＿＿

APRIL

12

寫一段話給對方，留到明年的今天再看。

(提示：用便利貼蓋住你的答案，一年後才能看。不准偷看！)

20____ • ____________________

20____ • ____________________

20____ • ____________________

13

APRIL

你們星期日早上最喜歡一起做什麼？

20___ ·

20___ ·

20___ ·

APRIL

14

如果有機會和對方的老闆聊一聊，
你會講什麼？

20____ • ______________________________

20____ • ______________________________

20____ • ______________________________

15

APRIL

努力工作，還是幾乎不做事？

20____ • ______________________________

20____ • ______________________________

20____ • ______________________________

APRIL

16

如果你們兩人可以穿越時空，
今天想去哪裡？回到哪個時間點？

20____ · ______________________________

20____ · ______________________________

20____ · ______________________________

17

APRIL

你厭倦什麼？

20____ • ____________________

20____ • ____________________

20____ • ____________________

寫下你希望對方解決的問題。

20____ • ____

20____ • ____

20____ • ____

19

APRIL

「我永遠感謝你用那種方式＿＿＿＿＿＿。」

20＿＿．＿＿＿＿＿＿＿＿＿＿＿＿＿＿＿＿＿＿＿＿＿＿＿＿＿＿＿＿

20＿＿．＿＿＿＿＿＿＿＿＿＿＿＿＿＿＿＿＿＿＿＿＿＿＿＿＿＿＿＿

20＿＿．＿＿＿＿＿＿＿＿＿＿＿＿＿＿＿＿＿＿＿＿＿＿＿＿＿＿＿＿

APRIL

20

對方太常脫口而出哪句髒話？

20____ • ______________________________

20____ • ______________________________

20____ • ______________________________

21

APRIL

什麼事不再重要？

20____ • ________________

20____ • ________________

20____ • ________________

APRIL

22

現在最重要的事是什麼？

20____ • ______________________________

20____ • ______________________________

20____ • ______________________________

23

APRIL

對方最好的朋友會如何形容你？

20____．

20____．

20____．

APRIL

24

你們最近一次一起看了哪場
音樂會或現場表演？

20____ • ______________________________

20____ • ______________________________

20____ • ______________________________

25

APRIL

「你＿＿＿＿＿的時候，
實在太帥（太美）了。」

20＿＿・＿＿＿＿＿＿＿＿＿＿＿＿＿＿＿＿＿＿＿＿

20＿＿・＿＿＿＿＿＿＿＿＿＿＿＿＿＿＿＿＿＿＿＿

20＿＿・＿＿＿＿＿＿＿＿＿＿＿＿＿＿＿＿＿＿＿＿

26

你上一次為了不傷別人的心而說謊，
是什麼時候？

20____ • ______________________________

20____ • ______________________________

20____ • ______________________________

27

APRIL

請對方說出心裡想到的第一個字詞。
是什麼？

20____ • ____________________

20____ • ____________________

20____ • ____________________

APRIL

28

你這星期買的最貴的東西是什麼？

20____ • ______

20____ • ______

20____ • ______

29

APRIL

什麼事會讓你快樂起來？

20____ • ______________________________

20____ • ______________________________

20____ • ______________________________

APRIL

30

「和你擁抱，就像是＿＿＿＿＿。」

20＿＿・＿＿＿＿＿＿＿＿＿＿＿＿＿＿＿＿＿＿＿＿

20＿＿・＿＿＿＿＿＿＿＿＿＿＿＿＿＿＿＿＿＿＿＿

20＿＿・＿＿＿＿＿＿＿＿＿＿＿＿＿＿＿＿＿＿＿＿

1

MAY

你希望對方記住什麼事？

20____ • ____________________

20____ • ____________________

20____ • ____________________

MAY

2

＿＿＿＿＿的時候，我覺得很容易受傷。

20＿＿‧＿＿＿＿＿＿＿＿＿＿＿＿＿＿＿＿＿＿＿＿

20＿＿‧＿＿＿＿＿＿＿＿＿＿＿＿＿＿＿＿＿＿＿＿

20＿＿‧＿＿＿＿＿＿＿＿＿＿＿＿＿＿＿＿＿＿＿＿

3

MAY

親吻另一半的感覺如何？

20____・____________________

20____・____________________

20____・____________________

MAY

4

你今年學到最重要的一課是什麼？

20____ • ____

20____ • ____

20____ • ____

5

MAY

今天非常歡樂，因為＿＿＿＿＿。

20＿＿・＿＿＿＿＿＿＿＿＿＿＿＿＿＿＿＿＿＿＿＿＿

20＿＿・＿＿＿＿＿＿＿＿＿＿＿＿＿＿＿＿＿＿＿＿＿

20＿＿・＿＿＿＿＿＿＿＿＿＿＿＿＿＿＿＿＿＿＿＿＿

MAY

6

你能想到最浪漫的事是________。

20____ • ____

20____ • ____

20____ • ____

7

MAY

你需要更多的________。

20____•

20____•

20____•

MAY

8

你今天傳了多少則訊息給對方？

20____ • ____________________

20____ • ____________________

20____ • ____________________

9 MAY

行事曆上有你害怕的行程嗎？

20____ • ______________________________

20____ • ______________________________

20____ • ______________________________

MAY

10

哪種類型的音樂符合你今日的心情？

20____ • ____________________

20____ • ____________________

20____ • ____________________

11

MAY

寫下近期解鎖的成就。

20____・

20____・

20____・

MAY

12

如果可以一起上課，
你們會選什麼課程？

20____・

20____・

20____・

13

MAY

誰會影響你的決定？

20____ · ______________________________

20____ · ______________________________

20____ · ______________________________

MAY

14

好情人的定義是什麼？

20____ • ____________________

20____ • ____________________

20____ • ____________________

15

MAY

「讓我們逃到________。」

20____・____________________

20____・____________________

20____・____________________

MAY

16

對方最近有什麼煩惱？

20____ • ____________________

20____ • ____________________

20____ • ____________________

17

MAY

對方帶你認識了什麼新事物？

20____ • ____________________

20____ • ____________________

20____ • ____________________

MAY

18

你上次感到被誤解是什麼時候？

20____ • ____________________

20____ • ____________________

20____ • ____________________

19

MAY

你今天有去運動流汗嗎？

20____．

20____．

20____．

MAY 20

說出你今年替對方做的一項小犧牲。

20____．____________________

20____．____________________

20____．____________________

21

MAY

最近很流行________。

20____ • ____

20____ • ____

20____ • ____

MAY

22

你今天穿什麼顏色的襪子？

20____・

20____・

20____・

23

MAY

接下來該進行什麼活動？

20____ • ______________________________

20____ • ______________________________

20____ • ______________________________

MAY

24

什麼會讓對方有動力行動？

20____ • ______________________________

20____ • ______________________________

20____ • ______________________________

25

MAY

如果你明天獨自休假，
你會去哪裡？

20____．______________________________

20____．______________________________

20____．______________________________

MAY

26

「我發誓不會再為了________煩你。」

20____・____

____

____

____

____

____

20____・____

____

____

____

____

____

20____・____

____

____

____

____

____

27

MAY

你希望帶對方去哪個地方？

20____‧

20____‧

20____‧

MAY

28

你偏愛燭光、日光或月光？

20____・____________________

20____・____________________

20____・____________________

29

MAY

如果今天無事一身輕，
你會做什麼？

20____ ・

20____ ・

20____ ・

MAY

30

你在期待什麼？

20____．____________________

20____．____________________

20____．____________________

31

MAY

你對什麼事很敏感？

20____ • ____

20____ • ____

20____ • ____

JUNE

1

上次你聽從直覺是什麼狀況？直覺準嗎？

20____ • ____________________

20____ • ____________________

20____ • ____________________

2

JUNE

你是否說到做到？

20____ • ____________________

20____ • ____________________

20____ • ____________________

JUNE

3

「看你________，好像很簡單的樣子。」

20____・____________________

20____・____________________

20____・____________________

4

JUNE

形容對方今天的髮型。

20____ • ________________________________

20____ • ________________________________

20____ • ________________________________

JUNE

5

你的伙伴最近在讀什麼？

20____ • ____________________

20____ • ____________________

20____ • ____________________

6

JUNE

你上次嚇自己一跳是什麼時候？

20____ • ____

20____ • ____

20____ • ____

JUNE 7

「看見你的笑容，我＿＿＿＿＿＿。」

20＿＿・＿＿＿＿＿＿＿＿＿＿＿＿＿＿＿＿＿＿＿＿＿＿

20＿＿・＿＿＿＿＿＿＿＿＿＿＿＿＿＿＿＿＿＿＿＿＿＿

20＿＿・＿＿＿＿＿＿＿＿＿＿＿＿＿＿＿＿＿＿＿＿＿＿

8

JUNE

什麼事會讓你垂頭喪氣？

20____ • ____________________

20____ • ____________________

20____ • ____________________

JUNE

9

你相信命運嗎？

20____ ‧

20____ ‧

20____ ‧

10

JUNE

猜一猜對方今天喝了幾杯咖啡。

20____ • ____________________

20____ • ____________________

20____ • ____________________

JUNE

11

下週末打算做什麼？

20____ • ______________________________

20____ • ______________________________

20____ • ______________________________

12

JUNE

今天早上醒來時，你身上穿著什麼衣服？

20____ · ______________________________

20____ · ______________________________

20____ · ______________________________

JUNE

13

「＿＿＿＿＿的時候，我忍不住擔心起來。」

20＿＿・＿＿＿＿＿＿＿＿＿＿＿＿＿＿＿＿＿＿＿＿

20＿＿・＿＿＿＿＿＿＿＿＿＿＿＿＿＿＿＿＿＿＿＿

20＿＿・＿＿＿＿＿＿＿＿＿＿＿＿＿＿＿＿＿＿＿＿

14

JUNE

一天中最美好的時刻是？

20____ • ____________________

20____ • ____________________

20____ • ____________________

JUNE

15

列出下半年的三個目標。

20____ • ____________________

20____ • ____________________

20____ • ____________________

16

JUNE

你們可以一起輕鬆贏得什麼比賽？

20____ • ____________________

20____ • ____________________

20____ • ____________________

JUNE

17

你心裡藏著什麼夢想沒說出來？

20____．

20____．

20____．

18

JUNE

最近出去吃過早午餐嗎？點了什麼？

20____・____________________

20____・____________________

20____・____________________

JUNE

19

你今天最重要的任務是什麼？

20____ • ____________________

20____ • ____________________

20____ • ____________________

20

JUNE

替對方的傳記寫下第一句話。

20____．

20____．

20____．

JUNE

21

你想進一步認識對方的哪一位朋友？

20____・

20____・

20____・

22

JUNE

人們經常感謝你什麼事情？

20____ • ______________________________

20____ • ______________________________

20____ • ______________________________

JUNE

23

你上一次哭是什麼時候？

20____ • ______________________________

____

____

____

____

____

20____ • ______________________________

____

____

____

____

____

20____ • ______________________________

____

____

____

____

____

24

JUNE

描述理想中的約會夜。

20____・

20____・

20____・

JUNE

25

你有寵物嗎？會想養嗎？

20____・

20____・

20____・

26

JUNE

「你________的時候，
我覺得徹底被寵壞。」

20____ • ____________________

20____ • ____________________

20____ • ____________________

JUNE

27

你渴望什麼？

20____ • ____________________

20____ • ____________________

20____ • ____________________

28

JUNE

你有幾雙鞋？

20____ • ______________________________

20____ • ______________________________

20____ • ______________________________

JUNE

29

你最近打電話給哪三個人？

20____ • ____________________

20____ • ____________________

20____ • ____________________

30

JUNE

你們兩個人的收件匣，
誰的未讀信件比較多？

20____．

20____．

20____．

JULY

1

你今天用的枕頭套是什麼顏色？

20____ • ______________________________

20____ • ______________________________

20____ • ______________________________

2

JULY

你這個星期臨時起意做了什麼？

20____ • ____

20____ • ____

20____ • ____

JULY

3

你上次買點心送對方是什麼時候？

20____ • ____________________

20____ • ____________________

20____ • ____________________

4

JULY

你夠獨立嗎？

20____ · ________________________________

20____ · ________________________________

20____ · ________________________________

JULY

5

你的人生基調是什麼？

20____ • ____________________

20____ • ____________________

20____ • ____________________

6

JULY

如果你的伙伴是超級英雄，名字會是？

20____ • ____________________

20____ • ____________________

20____ • ____________________

家裡現在有鮮花嗎？有的話，是哪種花？

20____ • ____________________

20____ • ____________________

20____ • ____________________

8

JULY

誰是你最嚴厲的批評者？

20___ • ____________________

20___ • ____________________

20___ • ____________________

JULY

9

你本週最有創意的行為是________。

20____ • ____

20____ • ____

20____ • ____

10

JULY

描述和對方共度的完美一天。

20____ · ________________

20____ · ________________

20____ · ________________

JULY

11

誰需要你伸出援手？

愛是＿＿＿＿＿。

20＿＿・＿＿＿＿＿＿＿＿＿＿

20＿＿・＿＿＿＿＿＿＿＿＿＿

20＿＿・＿＿＿＿＿＿＿＿＿＿

12

JULY

你的人生少了什麼也無妨？

20____ • ______________________________

20____ • ______________________________

20____ • ______________________________

JULY

13

你對大型社交聚會有什麼感覺？

20____ • ______________________________

20____ • ______________________________

20____ • ______________________________

14

JULY

你最近一次收到的包裹是什麼？

20____ • ____________________

20____ • ____________________

20____ • ____________________

JULY

15

「萬一你迷路了，
我會去__________找你。」

20____ • ____

20____ • ____

20____ • ____

16

JULY

本週對方最支持你的事是什麼？

20____．

20____．

20____．

JULY

17

如果此時此刻能吃到＿＿＿＿＿，
滋味一定很棒。

20＿＿・＿＿＿＿＿＿＿＿＿＿＿＿＿＿＿＿＿＿＿＿

20＿＿・＿＿＿＿＿＿＿＿＿＿＿＿＿＿＿＿＿＿＿＿

20＿＿・＿＿＿＿＿＿＿＿＿＿＿＿＿＿＿＿＿＿＿＿

18

JULY

________比金錢還重要。

20____ • ____________________

____

____

____

____

____

20____ • ____________________

____

____

____

____

____

20____ • ____________________

____

____

____

____

____

JULY

19

你需要拋掉什麼？

20____ • ____________________

20____ • ____________________

20____ • ____________________

20

JULY

你上次對話的陌生人是誰？

20____ • ____________________

20____ • ____________________

20____ • ____________________

JULY

21

「我希望你能教我________。」

20____ • ____________________

20____ • ____________________

20____ • ____________________

22

JULY

你腦中閃過的最後一個念頭是什麼？

20____ • ______________________________

20____ • ______________________________

20____ • ______________________________

JULY

23

你今天在螢幕前待了幾小時？

20____‧ ____________________

20____‧ ____________________

20____‧ ____________________

24 JULY

對方今天身上是什麼氣味？

（如果人不在旁邊，請打電話詢問。）

20____ · ____________________

20____ · ____________________

20____ · ____________________

JULY

25

我想為了________道歉。

20____．________________________________

20____．________________________________

20____．________________________________

26

JULY

你面前放著什麼東西？

20____ • ____

20____ • ____

20____ • ____

JULY

27

你今年有哪些成長？

20____・____

20____・____

20____・____

28

JULY

你今年對他有了什麼新的認識？

20____ • ______________________________

20____ • ______________________________

20____ • ______________________________

JULY

29

開車出遊！想去哪？

20____ • ____

20____ • ____

20____ • ____

30

JULY

「當你＿＿＿＿＿＿，我完全被迷住了。」

20＿＿・＿＿＿＿＿＿＿＿＿＿＿＿＿＿＿＿＿＿＿＿＿＿＿＿＿＿＿＿＿＿

20＿＿・＿＿＿＿＿＿＿＿＿＿＿＿＿＿＿＿＿＿＿＿＿＿＿＿＿＿＿＿＿＿

20＿＿・＿＿＿＿＿＿＿＿＿＿＿＿＿＿＿＿＿＿＿＿＿＿＿＿＿＿＿＿＿＿

JULY

31

對方最近一直提到誰？

20____ • ______

20____ • ______

20____ • ______

1

AUGUST

對方最喜歡喝什麼飲料？

20____ • ______________________________

20____ • ______________________________

20____ • ______________________________

AUGUST 2

對方今天會需要什麼樣的鼓勵？

20____．____________________

20____．____________________

20____．____________________

3

AUGUST

「今天太棒了，因為我們＿＿＿＿＿。」

20＿＿・＿＿＿＿＿＿＿＿＿＿＿＿＿＿＿＿＿＿＿＿

20＿＿・＿＿＿＿＿＿＿＿＿＿＿＿＿＿＿＿＿＿＿＿

20＿＿・＿＿＿＿＿＿＿＿＿＿＿＿＿＿＿＿＿＿＿＿

AUGUST 4

過去十五分鐘，發生了什麼事？

20____ • ______________________________

20____ • ______________________________

20____ • ______________________________

5

AUGUST

如果你們兩人得合唱一首歌，會挑哪一首？

20____ • ______________________________

20____ • ______________________________

20____ • ______________________________

AUGUST

6

你對什麼事好奇？

20____ • ____________________

20____ • ____________________

20____ • ____________________

7

AUGUST

你最近一次跟對方說了什麼？

20____ • ____________________

20____ • ____________________

20____ • ____________________

AUGUST

8

你的錢包裡有什麼？

20____ · ____________________

20____ · ____________________

20____ · ____________________

9 AUGUST

你拍的上一張照片是什麼主題？

20____ • ____________________

20____ • ____________________

20____ • ____________________

AUGUST

10

你最近都用什麼暱稱喊對方？

20____ • ______________________________

20____ • ______________________________

20____ • ______________________________

11

AUGUST

「我們想要什麼？_________！」
「我們什麼時候想要？_________！」

20____ •

20____ •

20____ •

AUGUST

12

你的待辦清單上有哪些事項？

20____ • ____________________

20____ • ____________________

20____ • ____________________

13

AUGUST

你們的關係有什麼進展？

20____ • ____________________

20____ • ____________________

20____ • ____________________

AUGUST

14

什麼事物能帶給你快樂？

20____ • ______________________________

20____ • ______________________________

20____ • ______________________________

15

AUGUST

如果你能給對方一份超豪華的禮物，
會是什麼？

20____・

20____・

20____・

AUGUST

16

「我一直想知道你為什麼________。」

20____・____

20____・____

20____・____

17

AUGUST

你在煩惱什麼事嗎？

20____ • ____________________

20____ • ____________________

20____ • ____________________

AUGUST

18

對方有哪件事，所有人都不知道，
只有你知道？

20____ • ____________________

20____ • ____________________

20____ • ____________________

19

AUGUST

如果你們兩人買下一支運動隊伍，
你們會如何命名？

20____ · ____________________

20____ · ____________________

20____ · ____________________

AUGUST

20

目前你的冰箱裡
擺最久的東西是什麼？

20____ • ______________________________

20____ • ______________________________

20____ • ______________________________

21

AUGUST

「我準備好要________。」

20____・________________

20____・________________

20____・________________

AUGUST

22

你對什麼念念不忘？

20____ • ______________________________

20____ • ______________________________

20____ • ______________________________

23

AUGUST

「你＿＿＿＿＿＿的時候，實在太可愛了。」

20＿＿・＿＿＿＿＿＿＿＿＿＿＿＿＿＿＿＿

20＿＿・＿＿＿＿＿＿＿＿＿＿＿＿＿＿＿＿

20＿＿・＿＿＿＿＿＿＿＿＿＿＿＿＿＿＿＿

AUGUST

24

你上一次大遲到是什麼時候？

20____ • ______________________________

20____ • ______________________________

20____ • ______________________________

25

AUGUST

時間都跑去哪了？

20____・

20____・

20____・

AUGUST

26

你目前人生最美好的面向是？

20____ • ______________________________

20____ • ______________________________

20____ • ______________________________

27

AUGUST

你的心思目前被什麼占據？

20____ ‧ ________________

20____ ‧ ________________

20____ ‧ ________________

AUGUST

28

你腦中一直響起某首歌嗎？
是哪一首？

20____ • ______________________________

20____ • ______________________________

20____ • ______________________________

29

AUGUST

想來點紅酒、白酒、氣泡酒或__________？

20____ •

20____ •

20____ •

AUGUST

30

認真________的時候到了。

20___ • ______________________________

20___ • ______________________________

20___ • ______________________________

31 AUGUST

你們上次一起參加的派對是哪一場？

20____ • ____________________

20____ • ____________________

20____ • ____________________

SEPTEMBER

1

你對哪件事瞭若指掌，可以指導別人？

20____・

20____・

20____・

2

SEPTEMBER

你要去哪裡？

20____ • ________________

20____ • ________________

20____ • ________________

SEPTEMBER 3

什麼事物讓你不會迷失？

20____ • ________________________________

20____ • ________________________________

20____ • ________________________________

4

SEPTEMBER

你最近買了哪本書？

20____ • ____________________

20____ • ____________________

20____ • ____________________

SEPTEMBER

5

描述對方最近遇到的小挑戰。

20____ • ____

20____ • ____

20____ • ____

6 SEPTEMBER

你老是忘掉什麼？

20____ • ______________________________

20____ • ______________________________

20____ • ______________________________

SEPTEMBER

7

他今天跟你說的第一件事是________。

20____・______________________________

20____・______________________________

20____・______________________________

8

SEPTEMBER

你被什麼難倒？

20____ • ________________________________

20____ • ________________________________

20____ • ________________________________

SEPTEMBER

9

你今天的星座預測如何？

20____ • ____________________

20____ • ____________________

20____ • ____________________

10

SEPTEMBER

關於對方的家庭，
寫下你近期得知的一件事。

20____・____

20____・____

20____・____

SEPTEMBER

11

寫下你生活中不可或缺的三樣東西。

20____ • ____

20____ • ____

20____ • ____

12

SEPTEMBER

「每次你＿＿＿＿＿，我會不禁傻笑。」

20___ ‧ ________________________________

20___ ‧ ________________________________

20___ ‧ ________________________________

SEPTEMBER

13

你們關係的基礎是什麼？

20____ • ______________________________

20____ • ______________________________

20____ • ______________________________

14

SEPTEMBER

信任的感覺就像________。

20____．____

20____．____

20____．____

SEPTEMBER

15

誰是你生命中最重要的人？

20____ • ____________________

20____ • ____________________

20____ • ____________________

16

SEPTEMBER

至少我們一直會有________。

20____ • ______________________________

20____ • ______________________________

20____ • ______________________________

SEPTEMBER

17

你有哪方面進步了？

20____ • ______________________________

20____ • ______________________________

20____ • ______________________________

18

SEPTEMBER

我已經受夠了________。

20____．______________________________

20____．______________________________

20____．______________________________

SEPTEMBER

19

你們近期一同造訪了哪個新地點？

20____ • ______________________________

20____ • ______________________________

20____ • ______________________________

20

SEPTEMBER

猜一猜對方最近上網查了哪三件事。

20____ ·

20____ ·

20____ ·

SEPTEMBER

21

你覺得六個月後，對方會有什麼發展？

20____ • ____________________

20____ • ____________________

20____ • ____________________

22

SEPTEMBER

你們兩人，
誰今天在外奔波的時間比較久？

20____ • ________________________________

20____ • ________________________________

20____ • ________________________________

SEPTEMBER

23

替對方寫下一句
教人無法抗拒的介紹語。

20____ • ______________________________

20____ • ______________________________

20____ • ______________________________

24 SEPTEMBER

你們上次一起跳舞是什麼時候？

20____ ·

20____ ·

20____ ·

SEPTEMBER

25

我會撐過________的。

20____．____________________

20____．____________________

20____．____________________

26 SEPTEMBER

你今天身上是否戴著任何珠寶？

20____ • ______________________________

20____ • ______________________________

20____ • ______________________________

SEPTEMBER

27

幸福關係的祕訣是什麼？

20____ • ____________________

20____ • ____________________

20____ • ____________________

28

SEPTEMBER

你有導師嗎？

20____ •

20____ •

20____ •

SEPTEMBER

29

你的伙伴會如何吐露壞消息？

20____ • ______________________________

20____ • ______________________________

20____ • ______________________________

30

SEPTEMBER

早餐要選穀片、蛋、吐司或＿＿＿＿＿？

20＿＿ • ＿＿＿＿＿＿＿＿＿＿＿＿＿＿＿＿＿＿

20＿＿ • ＿＿＿＿＿＿＿＿＿＿＿＿＿＿＿＿＿＿

20＿＿ • ＿＿＿＿＿＿＿＿＿＿＿＿＿＿＿＿＿＿

OCTOBER

1

你對自己的身體感到完全自在嗎？怎麼說？

20____ • ______________________________

____

____

____

____

____

20____ • ______________________________

____

____

____

____

____

20____ • ______________________________

____

____

____

____

____

2

OCTOBER

你上次觸發火災警鈴是何時？

20____ • ____________________

20____ • ____________________

20____ • ____________________

OCTOBER

3

你們上次一起看的爛片是哪一部？

20____・

20____・

20____・

4

OCTOBER

「你穿／戴＿＿＿＿＿的時候，好可愛啊。」

20＿＿．＿＿＿＿＿＿＿＿＿＿＿＿＿＿＿＿＿＿＿＿＿＿＿＿＿＿＿

20＿＿．＿＿＿＿＿＿＿＿＿＿＿＿＿＿＿＿＿＿＿＿＿＿＿＿＿＿＿

20＿＿．＿＿＿＿＿＿＿＿＿＿＿＿＿＿＿＿＿＿＿＿＿＿＿＿＿＿＿

OCTOBER

5

廚房水槽裡，現在有髒碗盤嗎？

20____・

20____・

20____・

6

OCTOBER

你最近是否交到新朋友？

20____ • ______________________________

20____ • ______________________________

20____ • ______________________________

OCTOBER

7

如果你能唯妙唯肖地模仿外國口音，
你會挑哪個語言？

20____ •

20____ •

20____ •

8

OCTOBER

發明一個對方理應獲頒的獎項。
是什麼獎？

20____ • ____________________

20____ • ____________________

20____ • ____________________

OCTOBER

9

你滿意今天做的決定嗎？

20____ · ______________________________

20____ · ______________________________

20____ · ______________________________

10

OCTOBER

打開收音機。正在播放什麼？

20____ • ________________________________

20____ • ________________________________

20____ • ________________________________

OCTOBER

11

描述你上一次感到全然安定的時刻。

20____ • ______________________________

20____ • ______________________________

20____ • ______________________________

12

OCTOBER

「我非常感激你＿＿＿＿＿＿。」

20＿＿・＿＿＿＿＿＿＿＿＿＿＿＿＿＿＿＿＿＿＿＿

20＿＿・＿＿＿＿＿＿＿＿＿＿＿＿＿＿＿＿＿＿＿＿

20＿＿・＿＿＿＿＿＿＿＿＿＿＿＿＿＿＿＿＿＿＿＿

OCTOBER

13

你今天早上幾點醒來？

20____ • ______

20____ • ______

20____ • ______

14

OCTOBER

完美的重要性是否被高估了？

20____ • ____________________

20____ • ____________________

20____ • ____________________

OCTOBER

15

如果想吃什麼都可以，
你中午會吃什麼？

20____ • ____________________

20____ • ____________________

20____ • ____________________

16

OCTOBER

誰今天比較緊張，你或他？

20___ • ______________________________

20___ • ______________________________

20___ • ______________________________

OCTOBER

17

什麼能夠讓對方冷靜下來？

20____ • ____________________

20____ • ____________________

20____ • ____________________

18

OCTOBER

說出你願意幫對方做的一件家事
——只此一次，下不為例。

20____ • ____________________

20____ • ____________________

20____ • ____________________

OCTOBER

19

這一刻，你開心嗎？

20____ • ______________________________

20____ • ______________________________

20____ • ______________________________

20

OCTOBER

你們兩人錢包裡的錢加在一起，
可以買什麼？

20____・____________________

20____・____________________

20____・____________________

OCTOBER

21

「在你身旁醒來，________。」

20____ • ____________________

20____ • ____________________

20____ • ____________________

22

OCTOBER

你上次感到像電燈泡是什麼時候？

20____ • ____________________

20____ • ____________________

20____ • ____________________

OCTOBER

23

你最喜歡哪個節日？
今年打算怎麼慶祝？

20____ • ______________________________

20____ • ______________________________

20____ • ______________________________

24

OCTOBER

你今天完成了哪些待辦事項？

20____ • ____________________

20____ • ____________________

20____ • ____________________

OCTOBER

25

你今天說過最誠實的話是________。

20____・____

20____・____

20____・____

26 OCTOBER

對方迄今最怪的舉止是什麼？

20____ • ______________________________

20____ • ______________________________

20____ • ______________________________

OCTOBER

27

你上次在哪裡愉快地散步？

20____ • ____________________

20____ • ____________________

20____ • ____________________

28

OCTOBER

兩人打算出遊嗎？想去哪裡？

20____・

20____・

20____・

OCTOBER

29

_________是史上最令人興奮的事。

20____ • ____

20____ • ____

20____ • ____

30

OCTOBER

什麼事能為你的人生增色？

20____ • ____________________

20____ • ____________________

20____ • ____________________

OCTOBER

31

如果能替對方設計萬聖節裝扮，
你會怎麼設計？

20____‧

20____‧

20____‧

1

NOVEMBER

我無法想像人生中少了________。

20____ • ____

20____ • ____

20____ • ____

NOVEMBER

2

今天的天空看起來是什麼樣子？

20____ • ______________________________

20____ • ______________________________

20____ • ______________________________

3

NOVEMBER

你正在追蹤哪一條新聞？

20____ • ____________________

20____ • ____________________

20____ • ____________________

NOVEMBER

4

寫下你永遠不希望對方改變的一件事。

20____ • ______________________________

20____ • ______________________________

20____ • ______________________________

5

NOVEMBER

________的時候，我感到自豪。

20____ • ____

20____ • ____

20____ • ____

你對他有任何重要的要求嗎？

20____ • ______________________________

20____ • ______________________________

20____ • ______________________________

7

NOVEMBER

你感到有哪方面不完整嗎？

20____ · ____

20____ · ____

20____ · ____

NOVEMBER

8

哪個朋友今天需要加油打氣？
發生什麼事？

20____ • ____

20____ • ____

20____ • ____

9

NOVEMBER

誰今天下班後比較早到家？你或他？

20____ • ____

20____ • ____

20____ • ____

NOVEMBER

10

________是讓人罪惡感極大的享受。

20____ • ______________________________

20____ • ______________________________

20____ • ______________________________

11

NOVEMBER

你最近一次的社群媒體文章或
狀態更新是關於什麼？

20____ • ____________________

20____ • ____________________

20____ • ____________________

NOVEMBER

12

你的人生是否缺少什麼？

20____ • ______________________________

20____ • ______________________________

20____ • ______________________________

13

NOVEMBER

對方本週最可愛的行為是_________。

20____ • ____________________

20____ • ____________________

20____ • ____________________

NOVEMBER

14

上一次讓你非常享受的按摩是何時？

20____ • ______________________________

20____ • ______________________________

20____ • ______________________________

15

NOVEMBER

你和他，誰今天比較有活力？

20____ • ______

20____ • ______

20____ • ______

NOVEMBER

16

你上一次徹底陷入恐慌是什麼時候？

20____ • ____________________

20____ • ____________________

20____ • ____________________

17

NOVEMBER

替對方寫下一句激勵人心的座右銘。

20____ • ______

20____ • ______

20____ • ______

NOVEMBER

18

誰今天晚上負責做飯？

（或是打算出去吃？）

20____・______________________________

20____・______________________________

20____・______________________________

19

NOVEMBER

描述你上一次吃的巧克力棒。

（有沒有跟對方分享？）

20____ ・ ______________________________

20____ ・ ______________________________

20____ ・ ______________________________

NOVEMBER

20

什麼事不做不行？

20____．

20____．

20____．

21

NOVEMBER

「如果你再也不穿／戴＿＿＿＿＿＿，
真是謝天謝地。」

20＿＿・＿＿＿＿＿＿＿＿＿＿＿＿＿＿＿＿＿＿

20＿＿・＿＿＿＿＿＿＿＿＿＿＿＿＿＿＿＿＿＿

20＿＿・＿＿＿＿＿＿＿＿＿＿＿＿＿＿＿＿＿＿

NOVEMBER

22

你上一次迷路是什麼時候？

20____・____________________

20____・____________________

20____・____________________

23

NOVEMBER

寫下一行詩，描述對方。

20____ • ____________________

20____ • ____________________

20____ • ____________________

NOVEMBER

24

你最近刪掉哪個聯絡人？

20____ • ____

20____ • ____

20____ • ____

25

NOVEMBER

哪件事不再是真的？

20____ ·

20____ ·

20____ ·

NOVEMBER

26

寫下你感謝的三件事。

20____ • ____________________

____

____

____

____

____

20____ • ____________________

____

____

____

____

____

20____ • ____________________

____

____

____

____

____

27

NOVEMBER

人生最神祕的事是＿＿＿＿＿。

20＿＿・＿＿＿＿＿＿＿＿＿＿＿＿＿＿＿＿＿＿＿＿

20＿＿・＿＿＿＿＿＿＿＿＿＿＿＿＿＿＿＿＿＿＿＿

20＿＿・＿＿＿＿＿＿＿＿＿＿＿＿＿＿＿＿＿＿＿＿

NOVEMBER

28

你摸得到腳趾嗎？

20____ • ____________________

20____ • ____________________

20____ • ____________________

29

NOVEMBER

你今天如何讓對方的日子更輕鬆？

20____ • ____________________

20____ • ____________________

20____ • ____________________

NOVEMBER

30

今天我忍不住一直想著________。

20____．________________________________

____

____

____

____

____

20____．________________________________

____

____

____

____

____

20____．________________________________

____

____

____

____

____

1

DECEMBER

如果你愛某個人，那就讓他_________。

20____ • ________________________________

20____ • ________________________________

20____ • ________________________________

DECEMBER

2

無窮的精力跟無邊的智慧，
你選哪一個？

20____ •

20____ •

20____ •

3

DECEMBER

一切是怎麼開始的？

20____ • ______________________________

20____ • ______________________________

20____ • ______________________________

DECEMBER

4

你想知道事情是如何結束的嗎？

20____ • ______________________________

20____ • ______________________________

20____ • ______________________________

5

DECEMBER

「你讓我想起＿＿＿＿＿。」

20___ • ______________________________

20___ • ______________________________

20___ • ______________________________

DECEMBER

6

你最近一次感謝的人是誰？

20____ • ______________________________

20____ • ______________________________

20____ • ______________________________

7 DECEMBER

對方的人生今年出現什麼轉變？

20____ • ______________________________

20____ • ______________________________

20____ • ______________________________

DECEMBER

8

你今天最頑皮的行徑是什麼？

20____ • ______

20____ • ______

20____ • ______

9 DECEMBER

對方今年最大方的舉止是什麼？

20____ • ______________________________

20____ • ______________________________

20____ • ______________________________

DECEMBER

10

「你是我生命中的________。」

20____ · ____

20____ · ____

20____ · ____

11

DECEMBER

為了對方，你想戒掉什麼習慣？

20____‧ ______________________________

____

____

____

____

____

20____‧ ______________________________

____

____

____

____

____

20____‧ ______________________________

____

____

____

____

____

DECEMBER

12

你的願望清單上有哪些願望？

20____ • ______________________________

20____ • ______________________________

20____ • ______________________________

13

DECEMBER

我對＿＿＿＿＿有信心。

20＿＿・＿＿＿＿＿＿＿＿＿＿＿＿＿＿＿＿＿＿＿＿

20＿＿・＿＿＿＿＿＿＿＿＿＿＿＿＿＿＿＿＿＿＿＿

20＿＿・＿＿＿＿＿＿＿＿＿＿＿＿＿＿＿＿＿＿＿＿

DECEMBER

14

你的內在小孩現在想要什麼？

20____ • ______________________________

20____ • ______________________________

20____ • ______________________________

15

DECEMBER

你最近吃了什麼餅乾？

20____・____________________

20____・____________________

20____・____________________

DECEMBER 16

你們在關係的哪個部分收穫最多？

20____ • ______________________________

20____ • ______________________________

20____ • ______________________________

17

DECEMBER

你無法抗拒什麼？

20____ • ____________________

20____ • ____________________

20____ • ____________________

DECEMBER

18

「一起慶祝________吧。」

20____．____

20____．____

20____．____

19

DECEMBER

最糟的情況是什麼？

20____ • ____________________

20____ • ____________________

20____ • ____________________

DECEMBER

20

最近有沒有碰上意料之外的好事？

20____ • ____

____

____

____

____

____

20____ • ____

____

____

____

____

____

20____ • ____

____

____

____

____

____

21

DECEMBER

買好聖誕節禮物了嗎？包裝好了嗎？

20___ · ____________________

20___ · ____________________

20___ · ____________________

DECEMBER

22

你今年認識、最有趣的人是哪一位？

20____・

20____・

20____・

23

DECEMBER

什麼才是真的？

20____ • ____

20____ • ____

20____ • ____

DECEMBER

24

對方睡覺時是什麼樣子？

20____ • ____________________

20____ • ____________________

20____ • ____________________

25

DECEMBER

你今天有多大方？

20____・______________________________

20____・______________________________

20____・______________________________

DECEMBER

26

你的廚房聞起來如何？

20____・____________________

20____・____________________

20____・____________________

27

DECEMBER

對方最喜歡用什麼姿勢
跟你窩在一起？

20____ · ________________________________

20____ · ________________________________

20____ · ________________________________

DECEMBER

28

「祝你明年得到________。」

20___ ‧ ____

20___ ‧ ____

20___ ‧ ____

29

DECEMBER

對方送過最貼心的禮物是什麼？

20____ ‧

20____ ‧

20____ ‧

DECEMBER

30

愛是________的答案。

20___．____

20___．____

20___．____

DECEMBER

31

用一個字詞，寫下你對明年的期許。

20____ • ______________________________

____

____

____

____

____

20____ • ______________________________

____

____

____

____

____

20____ • ______________________________

____

____

____

____

____